அ
(a)

Amma
அம்மா
Mother

Appa
அப்பா
Father

Anil
அணில்
Squirrel

ஆ

(aa)

Aamai
ஆமை
Turtle

Aadu
ஆடு
Goat

Aanthai
ஆந்தை
Owl

இ

(i)

Illai
இலை
Leaf

Irantu
இரண்டு
Two

Iraku
இறகு
feather

ஈ

(ee)

Eeh
ஈ
Housefly

eeddi
ஈட்டி
spear

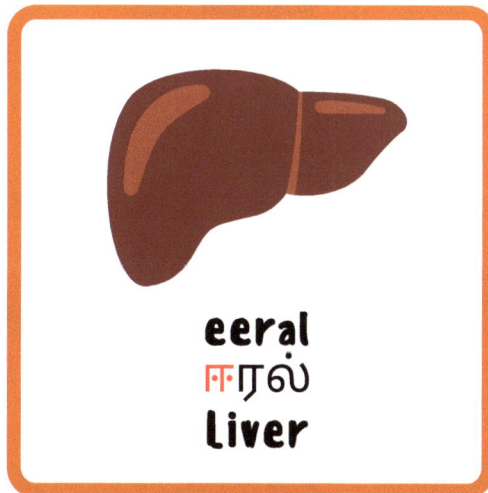

eeral
ஈரல்
liver

உ
(u)

Uppu
உப்பு
Salt

Ullagam
உலகம்
World

ural
உரல்
Grinding stone

உள

(oo)

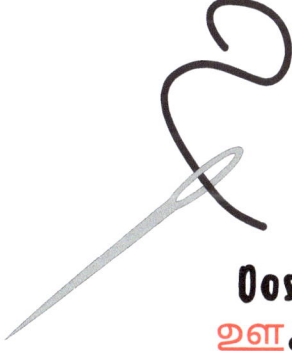

Oosi
உளசி
Needle

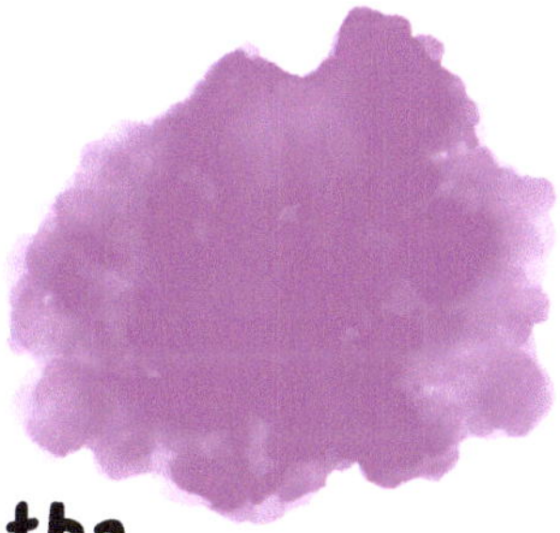

Ootha
உளதா
Purple

Oonjal
உளஞ்சல்
Swing

எ

(ey)

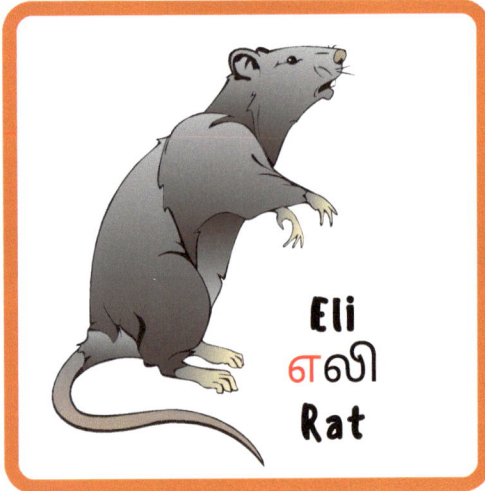

Eli
எலி
Rat

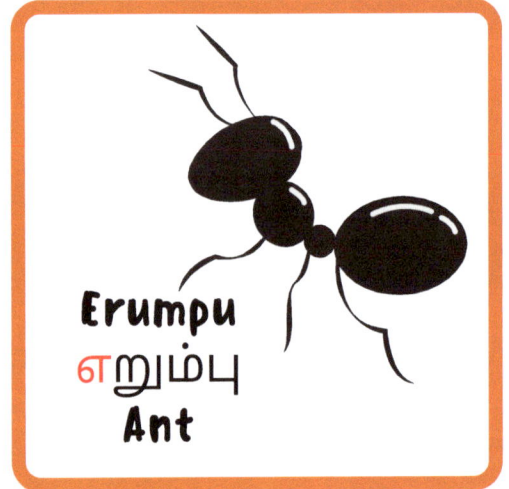

Erumpu
எறும்பு
Ant

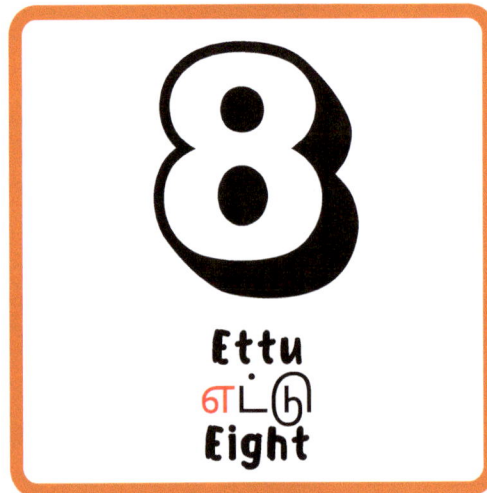

8

Ettu
எட்டு
Eight

ஏ
(eay)

Erni
ஏணி
Ladder

Erlu
ஏழு
Seven

Eri
ஏரி
Lake

ஐ

(i)

Iyya
ஐயா
Sir

Iyunthu
ஐந்து
Five

Iyngonum
ஐங்கோணம்
Pentagon

ஒ

(o)

Ottaham
ஒட்டகம்
Camel

Ottakaccivinki
ஒட்டகச்சிவிங்கி
Giraffe

9

Onpathu
ஒன்பது
Nine

ஓ
(oa)

Oanai
ஓநாய்
Wolf

Oadu
ஓடு
Run

Oadupadai
ஓடுபாதை
Runway

ஔ

(ow)

Owwaaiyar
ஔவையார்
Poet

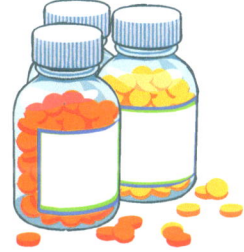

Owdathum
ஔடதம்
Medicine

Owdamparam
ஔடும்பரம்
copper

ஃ

(ak)

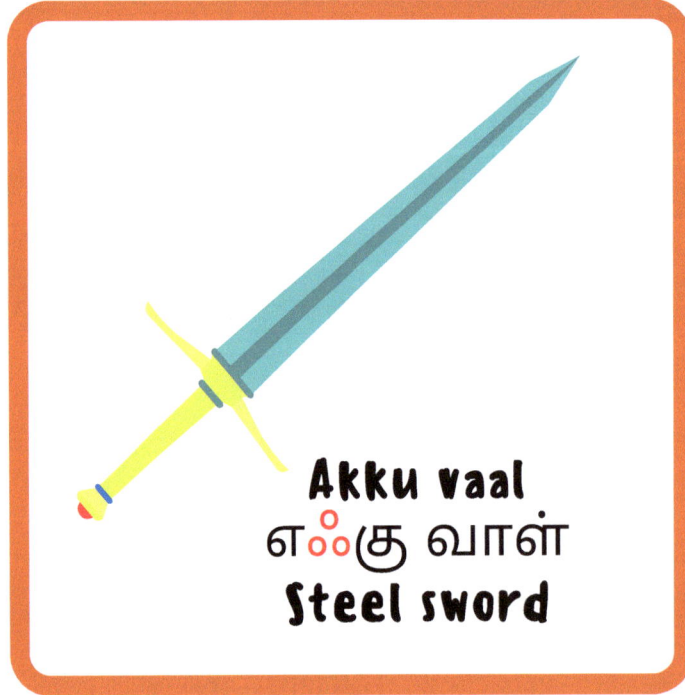

Akku vaal
எஃகு வாள்
Steel sword

VILANKUKAL (விலங்குகள்)
ANIMALS

naai
நாய்
dog

punai
பூனை
cat

maadu
மாடு
cow

aadu
ஆடு
goat

panri
பன்றி
pig

anil
அணில்
squirrel

VILANKUKAL (விலங்குகள்)
ANIMALS

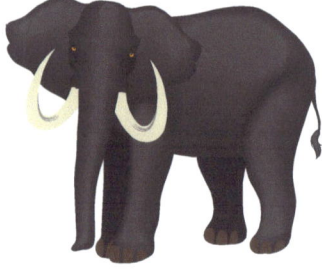

yaanai
யானை
elephant

muyal
முயல்
rabbit

Oṭṭakacciviṅki
ஒட்டகச்சிவிங்கி
giraffee

Varikkutirai
வரிக்குதிரை
zebra

cinkam
சிங்கம்
lion

puli
புலி
tiger

VILANKUKAL (விலங்குகள்)
ANIMALS

Kutirai
குதிரை
horse

kaluthai
கழுதை
donkey

maan
மான்
deer

ottakam
ஒட்டகம்
camel

kuranku
குரங்கு
monkey

nari
நரி
fox

VILANKUKAL (விலங்குகள்)
ANIMALS

paampu
பாம்பு
snake

naththai
நத்தை
snail

aamai
ஆமை
Tortoise

thavalai
தவளை
frog

palli
பல்லி
lizard

eli
எலி
rat

PARAVAIKAL (பறவைகள்)
BIRDS

mayil
மயில்
peacock

kili
கிளி
parrot

kuruvi
குருவி
sparrow

kaaka/kagam
காகம்
crow

vaathu
வாத்து
duck/goose

annam
அன்னம்
swan

PARAVAIKAL (பறவைகள்)
BIRDS

andhai
ஆந்தை
owl

kalugu
கழுகு
eagle

kohli
கோழி
hen

sennaarai
செந்நாரை
flamingo

vaankooli
வான்கோழி
turkey

venpura
வெண்புறா
dove

PARAVAIKAL (பறவைகள்)
BIRDS

pancha varnakkili
பஞ்சவர்ண கிளி
macaw

maadappura
மாடப்புறா
pigeon

kaluku
கழுகு
vulture

koku
கொக்கு
crane

meenkothi
மீன்கொத்தி
kingfisher

marangothi
மரங்கொத்தி
woodpecker

PARAVAIKAL (பறவைகள்)
BIRDS

theekkoli
தீக்கோழி
ostrich

naarai
நாரை
pelican

thookana kuruvi
தூக்கணாங்குருவி
weaver bird

nerupukkoli
நெருப்புக்கோழி
emu

parundhu
பருந்து
kite

seval
சேவல்
cock

KĀYKARIKAL (காய்கறிகள்)
VEGETABLES

vellarikkai
வெள்ளரிக்காய்
cucumber

paakatkai
பாகற்காய்
bitter gourd

muttaikosu
முட்டைகோஸ்
cabbage

vengayam
வெங்காயம்
onion

Urulaik kilanku
உருளைக்கிழங்கு
potato

thakkali
தக்காளி
tomato

KĀYKARIKAL (காய்கறிகள்)
VEGETABLES

carrot
கேரட்
carrot

surakai
சுரைக்காய்
bottle gourd

murungakai
முருங்கைக்காய்
drumstick

poosanikkai
பூசணி
pumpkin

avaraikai
அவரைக்காய்
beans

vaalaikkai
வாழைக்காய்
green banana

KĀYKARIKAL (காய்கறிகள்)
VEGETABLES

patchai melakai
பச்சை மிளகாய்
green chilli

kathirikkai
கத்திரிக்காய்
brinjal/eggplant

vendaikkai
வெண்டைக்காய்
okra 'lady's finger'

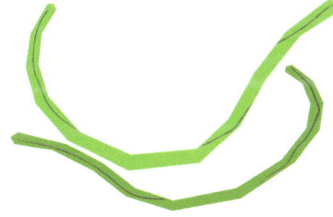

paithangai
பயற்றங்காய்
long beans

kali flower
காலிபிளவர்
cauliflower

pudalankkai
புடலங்காய்
snake gourd

KĀYKARIKAL (காய்கறிகள்)
VEGETABLES

poondu
பூண்டு
garlic

in ge
இஞ்சி
ginger

sollam
சோளம்
corn

kaalaan
காளான்
mushroom

kudai melagai
குடைமிளகாய்
pepper/ capsicum

vara milakaai
வரமிளகாய்
red chilli

PALANKAL (பழங்கள்)
FRUITS

kumalee palam
குமளி பழம்
apple

mathulum palam
மாதுளம் பழம்
pomegranate

valai palam
வாழைப்பழம்
banana

peri palam
பேரிக்காய்
pear

koiya palam
கொய்யாப் பழம்
guava

thratchai palam
திராட்சைப் பழம்
grapes

PALANKAL (பழங்கள்)
FRUITS

annasi palam
அன்னாசிப்பழம்
pineapple

mampalam
மாம்பழம்
mango

papaasippalam
பப்பாசிப்பழம்
papaya

palaappalam
பலாப்பழம்
jackfruit

vilaam palam
விளாம்பழம்
woodapple

thoadampalam
தோடம்பழம்
orange

PALANKAL (பழங்கள்)
FRUITS

elumichcham palam
எலுமிச்சை பழம்
lemon

elumichchakai
எலுமிச்சை காய்
lime

pericham palam
பேரிச்சம் பழம்
dates

sealappalam
சேலாப்பழம்
cherry

semputtu palam
செம்புற்றுப்பழம்
strawberry

thengai
தேங்காய்
coconut

UNAVUKAL(உணவுகள்)
FOODS

Soru
சோறு
rice

muttai
முட்டை
egg

paal
பால்
milk

thannir
தண்ணீர்
water

meen
மீன்
fish

iraichi
இறைச்சி
meat

UNAVUKAL(உணவுகள்)
FOODS

pittu
பிட்டு
pittu

Idiyapam
இடியப்பம்
string hoppers

appam
அப்பம்
hoppers

tosai
தோசை
dosa

paan
பாண்
bread

idli
இட்லி
idli

VANNANKAL
(வண்ணங்கள்)
COLOURS

Sivappu
சிவப்பு
red

Semmanchal
செம்மஞ்சள்
orange

Manchal
மஞ்சள்
yellow

Pacchai
பச்சை
green

Neelam
நீலம்
blue

Ootha
ஊதா
purple

Ilansivappu
இளஞ்சிவப்பு
pink

karuppu
கறுப்பு
black

paluppu
பழுப்பு
brown

champal
சாம்பல்
grey

Vellai
வெள்ளை
white

VATIVANKAL (வடிவங்கள்)
SHAPES

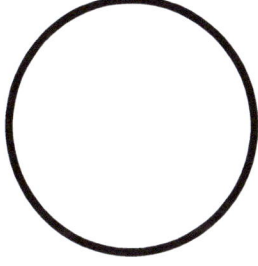

Vattam
வட்டம்
circle

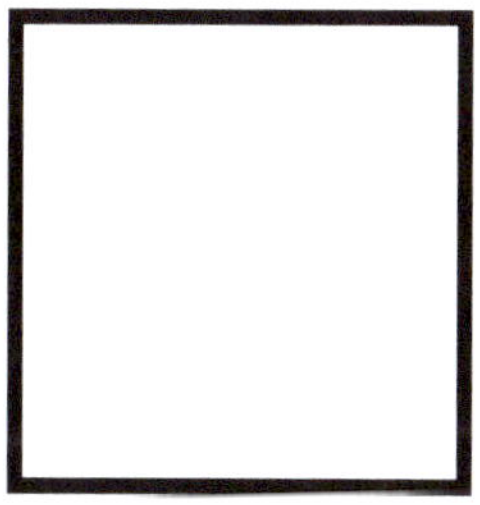

Caturam
சதுரம்
square

Mukkonam
முக்கோணம்
triangle

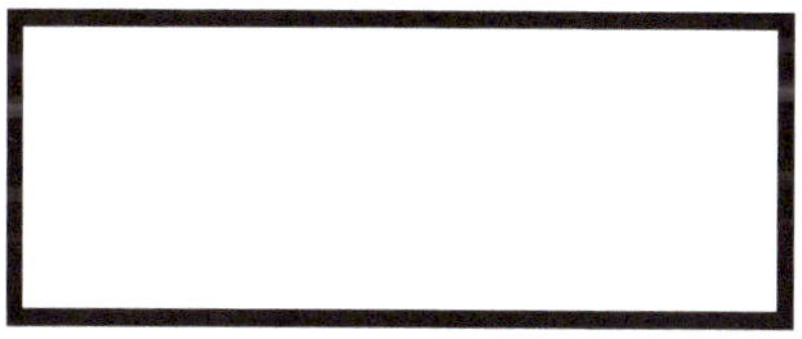

Cevvakam
செவ்வகம்
rectangle

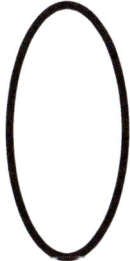

oval
ஓவல்
oval

Naṭcattiram
நட்சத்திரம்
star

VATIVANKAL (வடிவங்கள்)
SHAPES

Kolam
கோளம்
sphere

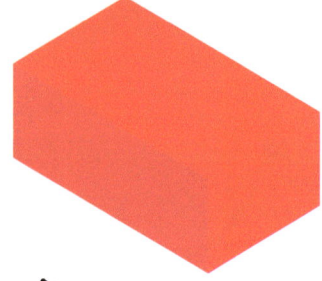

Kanasevvakam
கனசெவ்வகம்
cuboid

Piramitu
பிரமிடு
pyramid

Urulai
உருளை
cylinder

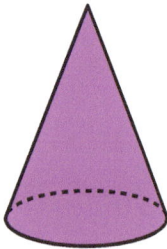

Kūmpu
கூம்பு
cone

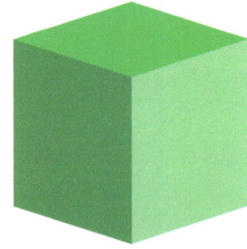

Kanasathuram
கனசதுரம்
cube

POKKUVARATTU (போக்குவரத்து)
TRANSPORT

kappal
கப்பல்
ship

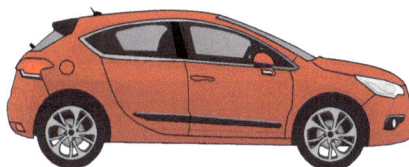

kar
கார்
car

perunthu
பேருந்து
bus

mithivanti
மிதிவண்டி
bicycle

vimanum
விமானம்
aeroplane

thodarunthu
தொடருந்து
train

POKKUVARATTU (போக்குவரத்து)
TRANSPORT

paaravoorthi
பாரவூர்தி
lorry

mottar cycle
மோட்டார் சைக்கிள்
Motorcycle

noayali kaavuvandi
நோயாளி காவுவண்டி
ambulance

ulanku vaanoorthi
உலங்கு வானூர்தி
helicopter

padaku
படகு
boat

vanti
வண்டி
cart

KUDUMPA URUPPINARKAL
(குடும்ப உறுப்பினர்கள்)
FAMILY MEMBERS

Appa
அப்பா
father

Anna
அண்ணா
elder brother

Amma
அம்மா
mother

Akka
அக்கா
elder sister

Thaththa
தாத்தா
grand father

Thampi
தம்பி
younger brother

Paatti
பாட்டி
grand mother

Thankai
தங்கை
younger sister

UDAL URUPPUKAL
(உடல் உறுப்புகள்)
PARTS OF THE BODY

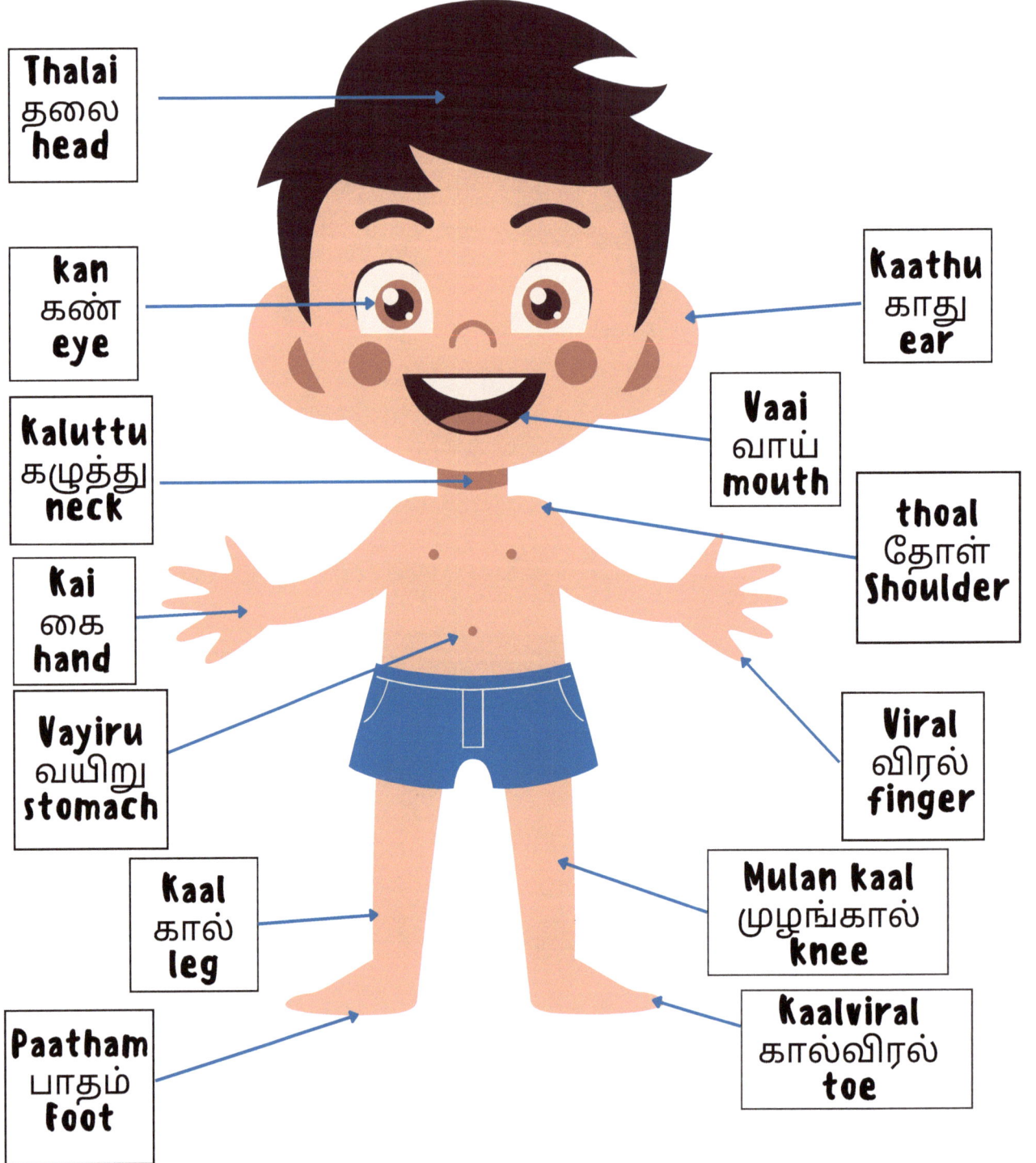

Thalai
தலை
head

kan
கண்
eye

Kaluttu
கழுத்து
neck

Kai
கை
hand

Vayiru
வயிறு
stomach

Kaal
கால்
leg

Paatham
பாதம்
Foot

Kaathu
காது
ear

Vaai
வாய்
mouth

thoal
தோள்
Shoulder

Viral
விரல்
finger

Mulan kaal
முழங்கால்
knee

Kaalviral
கால்விரல்
toe

THAVARATHIN PAAGANGAL
(தாவரத்தின் பாகங்கள்)
PARTS OF THE PLANT

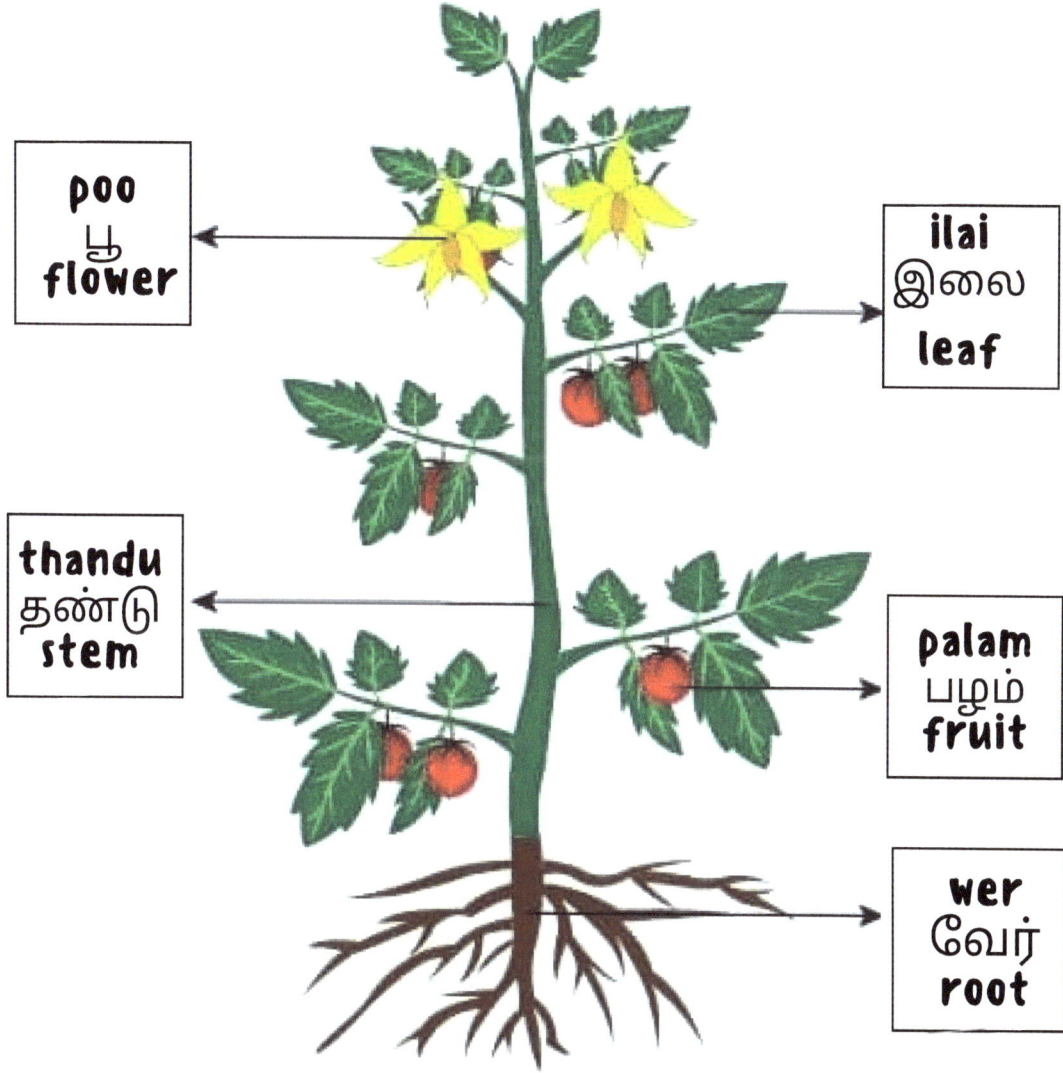

poo
பூ
flower

ilai
இலை
leaf

thandu
தண்டு
stem

palam
பழம்
fruit

wer
வேர்
root

NUMBERS	எண்கள்	ENKAL
0 ZERO	சுழியம்	SULIYAM
1 ONE	ஒன்று	ONRU
2 TWO	இரண்டு	IRANDU
3 THREE	மூன்று	MUNRU
4 FOUR	நான்கு	NANKU
5 FIVE	ஐந்து	AINTHU
6 SIX	ஆறு	ARU
7 SEVEN	ஏழு	ELU
8 EIGHT	எட்டு	ETTU
9 NINE	ஒன்பது	ONPATHU
10 TEN	பத்து	PATHTHU

MONTHS	மாதங்ள்	MAADHANGAL
January	தை	Thai
February	மாசி	Maasi
March	பங்குனி	Panguni
April	சித்திரை	Chithirai
May	வைகாசி	Vaikaasi
June	ஆனி	Aani
July	ஆடி	Aadi
August	ஆவணி	Aavani
September	புரட்டாதி	Purattaathi
October	ஐப்பசி	Aippasi
November	கார்த்திகை	Karthikai
December	மார்கழி	Maargazhi

WEEK DAYS	வார நாட்கள்	VARA NAATKAL
Sunday	ஞாயிற்றுக்கிழமை	Nyaayitru-kizhamai
Monday	திங்கட்கிழமை	Thingat-kizhamai
Tuesday	செவ்வாய்க்கிழமை	Sevvaai-kizhamai
Wednesday	புதன்கிழமை	Budhan-kizhamai
Thursday	வியாழக்கிழமை	Viyaazha-kizhamai
Friday	வெள்ளிக்கிழமை	Velli-kizhamai
Saturday	சனிக்கிழமை	Sani-kizhamai

Hello	வணக்கம்	Vanakkam
Good Morning	காலை வணக்கம்	kaalai vanakkam
Good Afternoon	மதிய வணக்கம்	mathiya vanakkam
Good Night	இரவு வணக்கம்	iravu vanakkam
Thank you	நன்றி	nanri
Welcome	நல்வரவு	nalvaravu
Sorry	மன்னிக்கவும்	mannikkavum

	க் ik	ங் ink	ச் ich	ஞ் inj	ட் id	ண் in	த் ith	ந் inth	ப் ip
அ a	க ka	ங nka	ச cha	ஞ nja	ட da	ண na	த tha	ந na	ப pa
ஆ aa	கா kaa	ஙா nkaa	சா chaa	ஞா njaa	டா daa	ணா naa	தா thaa	நா naa	பா paa
இ i	கி ki	ஙி nki	சி chi	ஞி nji	டி di	ணி ni	தி thi	நி ni	பி pi
ஈ ee	கீ kee	ஙீ nkee	சீ chee	ஞீ njee	டீ dee	ணீ nee	தீ thee	நீ nee	பீ pee
உ u	கு ku	ஙு nku	சு chu	ஞு nju	டு du	ணு nu	து thu	நு nu	பு pu
ஊ oo	கூ koo	ஙூ nkoo	சூ choo	ஞூ njoo	டூ doo	ணூ noo	தூ thoo	நூ noo	பூ poo
எ ey	கெ key	ஙெ nkey	செ chey	ஞெ njey	டெ dey	ணெ ney	தெ they	நெ ney	பெ pey
ஏ eay	கே keay	ஙே nkeay	சே cheay	ஞே njeay	டே deay	ணே neay	தே theay	நே neay	பே peay
ஐ i	கை kai	ஙை nkai	சை chai	ஞை njai	டை dai	ணை nai	தை thai	நை nai	பை pai
ஒ o	கொ ko	ஙொ nko	சொ cho	ஞொ njo	டொ do	ணொ no	தொ tho	நொ no	பொ po
ஓ oa	கோ koa	ஙோ nkoa	சோ choa	ஞோ njoa	டோ doa	ணோ noa	தோ thoa	நோ noa	போ poa
ஔ ow	கௌ kow	ஙௌ nkow	சௌ chow	ஞௌ njow	டௌ dow	ணௌ now	தௌ thow	நௌ now	பௌ pow

ம் im	ய் iy	ர் ir	ல் il	வ் iv	ழ் il	ள் il	ற் it	ன் in
ம ma	ய ya	ர ta	ல la	வ va	ழ la	ள la	ற ra	ன na
மா maa	யா yaa	ரா taa	லா laa	வா vaa	ழா laa	ளா laa	றா raa	னா naa
மி mi	யி yi	ரி ti	லி li	வி vi	ழி li	ளி li	றி ri	னி ni
மீ mee	யீ yee	ரீ tee	லீ lee	வீ vee	ழீ lee	ளீ lee	றீ ree	னீ nee
மு mu	யு yu	ரு tu	லு lu	வு vu	ழு lu	ளு lu	று ru	னு nu
மூ moo	யூ yoo	ரூ too	லூ loo	வூ voo	ழூ loo	ளூ loo	றூ roo	னூ noo
மெ mey	யெ yey	ரெ tey	லெ ley	வெ vey	ழெ ley	ளெ ley	றெ rey	னெ ney
மே meay	யே yeay	ரே teay	லே leay	வே veay	ழே leay	ளே leay	றே reay	னே neay
மை mai	யை yai	ரை tai	லை lai	வை vai	ழை lai	ளை lai	றை rai	னை nai
மொ mo	யொ yo	ரொ to	லொ lo	வொ vo	ழொ lo	ளொ lo	றொ ro	னொ no
மோ moa	யோ yoa	ரோ toa	லோ loa	வோ voa	ழோ loa	ளோ loa	றோ roa	னோ noa
மௌ mow	யௌ yow	ரௌ tow	லௌ low	வௌ vow	ழௌ low	ளௌ low	றௌ row	னௌ now